நடுத்தும் அறுபங்கள்

பாரிசாகரன்

வேரல்
புக்ஸ்

வேரல்
புக்ஸ்

வேரல் புக்ஸ் வெளியீட்டு எண்: **92**

நீந்தும் அதிரூபங்கள் * பாரிசாகரன்© * கவிதைகள் *
முதல் பதிப்பு: நவம்பர் 2023 * பக்கங்கள்: 88 *
வேரல் புக்ஸ் * 6, இரண்டாவது தளம், காவேரி தெரு, சாலிகிராமம், சென்னை - 600093 *
மின்னஞ்சல்: veralbooks2021@gmail.com * தொலைபேசி: 9578764322 *
அட்டை வடிவமைப்பு: லார்க் பாஸ்கரன் * லேஅவுட்: சந்தோஷ் கொளஞ்சி

Neenthum Athiroopangal * Paarisagaran© * Poems *
First Edition: November 2023 * Pages: 88 *
Veral Books * No: 6, 2nd Floor, Kaveri Street, Saligramam, Chennai - 600093 *
Email ID: veralbooks2021@gmail.com * Phone: 9578764322 *
Wrapper Designed by: Lark Bhaskaran * Layout Designed by: Santhosh kolanji

Rs. 140

ISBN: 978-81-966624-6-2

பிரமிளுக்கு

நன்றிகள்

☙

ஆதவன் தீட்சண்யா
பா.வெங்கடேசன்
பத்மபாரதி
க.சீனிவாசன்
ஞாநி (தீம்தரிகிட இதழ்)
திலகவதி IPS (அம்ருதா இதழ்)
ஆனந்த விகடன்
அனார்
பழநிவேள்
தக்கை பாபு
குமார் அம்பாயிரம்
ரமேஷ் இசை
கணேஷ்ராம்
நுற்பவினைஞன்
இதயத்துல்லா
T.N.ரஞ்சித்குமார்
முகிலன்
ஜெயலக்ஷ்மி பழனிசாமி
ஆதிரை
ஆகாசமுத்து

மானுட சாரத்தில் நிகழ்தகவும் நிகழ்ந்துவிடும் தகவுகளுக்குமான இசை

எனக்கு 15 வருடமாக கவிஞர் பாரிசாகரனைத் தெரியும் என்று சொல்லி இந்தக் கவிதைகளுக்கான மதிப்புரையை என்னால் துவங்க இயலாது என்றே நினைக்கிறேன்.

ஒருமனிதனின் அன்றாடத்திலிருந்து மிகதூரத்தில் விலகிய அல்லது மொழியின் ஆழ் படிவுகளில் சலனிக்கும் பல புள்ளிகளில் இந்தக் கவிதைகள் பதுங்கியிருக்கின்றன.

சுமார் 70 கவிதைகளுக்கு மேல் இருக்கும் இந்தத் தொகுப்பில் உடலை தியானித்து அதை மொழிக்குக் கடத்தும் பல தசாப்தங்களை ஞாபகங்களின் காலமாகக்கொண்டும் இடம் பற்றிய அவதானிப்புகளை முற்றிலுமாகக் கைவிட்டும் மேற்பரப்பில் திளைக்கும் மொழியின் இசை வடிவங்களையும் கொண்டதாக எனது வாசிப்பில் புலப்படுகிறது.

"காலத்தின் திகைப்பில்
நோவதென்சாகசம் நிதானிப்பதென் மைதுனம்"

இப்படியாகத் தொடங்கும் தன்னிலையின் பாடுபொருளை அல்லது பல்வேறு பருவ காலங்களின் புலன் சேகரிப்புகளை ரகசியமாகப் பேணி வந்திருக்கும் இக்கவிதைகள்

"உன் கற்பனைதான் அதில்
உன்
துல்லியம் மட்டுமே
துல்லியமில்லை
என் பரிச்சயம்தான் அதில்."

என்பதாக படைப்பு/வாசகம் என்று இருமை நயம் கொள்வதை நாம் இன்றைய வழக்கமான கவிதை போக்கில் எடுத்துக் கொள்ள முடியாது.

மிகச் சுருக்கமாக வந்து விட்டால் ஒரு ஆண் மனம் பால் அமுக்கங்களில் ஒரு பெண்ணை தியானிப்பதும் ஒரு பெண் தனது பால் அமுக்கங்களால் ஒரு ஆணை அனுசரிப்பதுமான முரண்பாடுகளை இக் கவிதைகளின் அடிநாதமான காமத்தின் வழி அதன் இயல்பையும் சார்ந்து பிறழ்வாக தன்னை முன் வைப்பதை அறிகிறோம்.

இது தமிழில் பிரமிள் தொடங்கி ரமேஷ் பிரேம் கோணங்கி வரையிலான ஆட்டோரைட்டிங் படிமங்களால் ஒரு மனம் நிலம் உடல் சார்ந்த உளவியல் பாங்கை மொழியில் தக்க வைக்க முயல்கிறது எனவும் அதற்கு ஒரு பார்வையை வழங்க முடியும்.

சமஸ்கிருதமும் தமிழும் முயங்கிய மணிப்பிரவாள நடை இந்த கவிதைகளுக்கு ஒரு புதிய பரிமாணத்தை கொடுக்கிறது என்று கூடச் சொல்லலாம். சிறு சிறு கண்ணிகளாக துண்டாடப்பட்ட வினைவலங்களுடன் தன் தனிமையில் அசையிடும் எண்ண உற்பாதங்களுடன் பல்வேறாக உறவாடுகிறது. அர்த்தத்திற்கு சிரமப்படாமல் சில கவிதைகளை மொழியின் இசை போலவும் வாசித்து விடலாம்.

காலத்தில் பாரிசாகரன் இரவு நேரங்களில் முகப்புத்தகத்தில் எழுதிய பல கவிதைகளை நான் முன்னம் பல தடவை வாசித்திருக்கிறேன். நிறைய எழுதி இருக்க வேண்டும் அவர். இருந்தாலும் அதிலிருந்து தெரிவு செய்து ஒரு வகையினமாக இந்த கவிதைகளைத் தொகுப்பாக்கி இருக்கிறார்.

"சொல்லெனும் பேட்டை வெல்லத்தை
வீட்டுச் சாராயத்தை ஒரு புத்தகத்தைத்

தொலைத்துவிட்டேன்
தணிக புலவ
நிகழ நிகழ தகவு.”

நகரும் காலங்கள் நிகழும் சம்பவங்கள் சொற் கூட்டத்தில் பிடிபடும் ஒரு சிறு பறவை கூடுமுனைந்து அதில் வைக்கும் சேமிப்பு என பாரிசாகரன் இந்த மொழியைக் கண்டறிந்திருக்கிறார். ஆழ்ந்த பொறுமையும் பல பருவங்களை நாட்களைக் கழித்துக் கட்டியவகையில் வைராக்கியத்தோடு தன்னிலைத் தாபங்களையும் ஒருசேர இக் கவிதைகள் ஒப்படைக்கின்றன.

இத்தனைக்கும் வெளியே ஒரு ஆண் மனதிற்கு வெளியே புறப்பொருள மாய்மையாக ஒரு பெண் இருக்கிறாள் என்பதுதான் எந்நாளுக்குமான சிந்தனை புள்ளி.

நீர்த்துவிட்டாய்
அடர் மஞ்சள் அடர் இருள்
அடர் அமிலம் அடர் புகை
அடர் காடு அடர் அரக்கு
இவை யாவற்றிலும் உன்
கருணை நீர்த்துவிட்டது.

பெண்வெளியும் ஆன்மீகமும் சித்திக்கும் ஆயுள் பரியந்தங்கள் இன்பத்தையும் துன்பத்தையும் இவ்வாறு தான் அடைகாக்கின்றன. அதில் பொரிப்பது என்னவோ இன்மையும் வெறுமையும்தான்.

பாரிசாகரனின் கவிதைகள் இன்றைய நவீன வழக்கமான கவிதைப் போக்குகளுக்கு இடையே இந்த சித்து நிலைப் படிமங்களால் தனித்துவம் காண்கிறது.

மோகமும் ரோகமும் பாவமும் இணைந்ததொரு தனியனின் மொழியாய் நெடு நாட்களுக்குப் பிறகு இப்படி ஒரு தொகுப்பு வித்தியாசமாய் நாம் வாசிக்கக் கிடைக்கிறது.

“ஹார்மோனில் செஸ் விளையாடும்
ம்யூஸிக் நோட்டுக்கு நான் இட்ட பெயர் யுகம்
இதற்குமேலும் மொழியைத்
துன்புறுத்த விருப்பமில்லை.”

அர்த்தத்திற்கும் அர்த்தம் இன்மைக்கும் சொல்லுக்கும் அது சுடடும் பொருளுக்கும் என்னென்ன விதமான பொருள் கோள்களை நமது பொதுச் சமூகம் அல்லது அர்த்தத்தை மட்டுமே விழையும் சமூகம் கோருகிறது என்பதையெல்லாம் இந்தக் கவிதைகளை வைத்து நாம் பேசிப் பார்க்க முடியும். ஒரு வகையான பண்பு நிலையை மட்டும் மொழியில் வைத்து கடக்க முயலும் இக்கவிதைகளை ஒரு பின்னவீன (அவரது மொழியில்சொன்னால்) நிகழ்தகவு என்றே சொல்லலாம்.

"மலினங்களைப் பூசிக்கொண்டிருக்கிற சொர்க்கத்துக்கு
கண்களின் இச்சை என்கிற தரித்திரப் பெயருண்டு"

"கிரயம் செலுத்தாமல் சுதந்தரிக்க இயலுமா
பிழைப்பெரும் பிழையை"

எளிமையான லௌகீகம்தான் சுருக்கப்பட்ட அடர்த்தி வீரியமானது. சில நேரங்களில் மந்திரச் சொற்கள் போலவே தென்படுகின்றன.

நவீன கவிதைகளை விரைவாகப்படித்து செல்பவர்களுக்கு இந்த கவிதைகள் சற்று சிரமத்தை தரலாம். இந்த வடிவம் அலுப்பாகவும் கூட இருக்கலாம். ஆனால் நிதானமாக வாசிப்பவர்களுக்கு ஒரு சூட்ச்சும விடுதலையை இக்கவிதைகள் தருவதை உணர முடியும்.

"உத்திகளின் நகத்து வெள்ளைப் பூக்கள்
தவனங்களின் மெல்லிய மார்க்கச்சை
கவனப்பிறழ்வான காரத் தொற்று
ஆரஞ்சு நிறத்தின் மையல் ரஸம்
சாடித் தாவி எகிறும் நிதானம்
கரவு போன்ற பல்லியின் உடற்குழைவுகள்
நூலிழைப் பூத்து திசையிருண்டப் புன்னகை
மனன பணக்கணக்கின் துரிதத் திறவுகோல்
சலித்துக் குந்தி பாரமாகிய மாதங்கள்
வேறொரு நம்பிக்கை
இப்போதென்னும் திருட்டு ஒப்பம்"

மனிதவாழ்க்கை இந்த ஒப்பந்தங்களிலும் உயிராவலிலும் தொலைந்து கொண்டிருப்பதை ஒரு கவிஞர் இப்படித்தான் சொல்ல முடியும்.

“நானொரு அர்ச்சனைப் பொருட்கள் விற்கும்
கடையாய் இருந்துவிட்டுப் போகிறேனே
உன் மாட வீதியில்”

இந்தக் கவிதைகளில் இருக்கும் காதல் பொதுவாக அதில் சாமர்த்தியமாக இருக்கும பலருக்கும் பொருந்துகிறது. கழிவிரக்கத்திலும் தனக்கான கவனத்தை அழகியலாகக்கூறுகிறது இந்த எளியகவிதை.

“ஸ்வரம் இடறி முறிந்த தனுசு
அபம் முற்றிய விளாம்பழம்
வில்வ வனத்தின் சுற்றுவேலிக்கு
உகந்த பாசுரம் றகரம் கழன்ற புலர்”

இப்படியும் ஒரு கவிதை நமது அறிதல் எல்லைக்கு அப்பால் இதில் நிலவுகிறது.

“உன் ஆதுரத்தின் அருட்போர்வையை விரித்து
என் திருமேனியை நீயெப்படி போர்த்த வரலாம்?!”

இந்தக் கேள்வி சித்து நிலைக்கும் பித்து நிலைக்கும் இடையே அகப்பட்டுத் தவிக்கிறது.

யாரை நோக்கி இந்தக் கேள்வி? காதலியிடமா பிரபஞ்சத்திடமா இந்த இக வாழ்க்கையின் கருணையிடமா ?

அன்பெனும் பிடியில் அகப்படாத உயிர்கள் உண்டோ? இல்லை ஒரு ஆண் மனதின் முற்றுநிலையா?

பிற வாசிப்புகளுக்கும் இக்கவிதைகள் நேர்ந்திருப்பதால் சற்றே விலகி நிற்கிறேன்.

1939இல் துவங்கிய பிச்சமூர்த்தியின் நவீன கவிதை 1960 இல் செல்லப்பாவின் எழுத்து வில் தொடர்ந்து பல்வேறு மொழிபெயர்ப்புகள் அல்லது இந்திய கீழைத் தத்துவவியல் மற்றும் தனிநபர் முதன்மை பாடுகள் அல்லது தனி நபருக்கும் இந்த பிரபஞ்சத்திற்குமான உறவுகளை மட்டுமே விதந்தோதிய கவிதைகள் இன்றளவிலும் தொடர்கின்றன.

சார்ல் பொத்தேலரின நன்மைக்கும் தீமைக்கும் அப்பாற்பட்டவன் மனிதன்! அரச கர்ம காரியங்களுக்கு

அல்லது விதிக்கப்பட்ட பயணத்தை தொடர்வதற்கோ அவனை நிர்பந்தப்படுத்த முடியாது என்கிற கலை உணர்வின் தொடர்ச்சிகள் இருக்கத்தான் செய்கிறது. அனைத்தும் அரசியல் மையப்படுத்தப்பட்ட இன்றைய சூழலிலும் தனிமனித வாழ்வு மேலும் நிர்கதியில்தான் இன்மை காண்கிறது. அல்லது அண்டமாகவும் பிண்டமாகவும் அகத்தில் புத்துணர்ச்சி பெறுகிறது. மேற்சொன்ன இரண்டு வகையிலும் தமிழின் நவீன கவிதைகள் தொடர்ந்து இயங்குகின்றன. மொழியைக் காட்சிக்குள்ளும் காட்சியை மொழியின் மடிப்பினுள்ளும் வைத்திருக்கும் இதில் பாரிசாகரன் எங்கோ தனித்தும் எங்கோ பொதுவிலும் இருக்கிறார்.

மற்றபடி

"சுத்தமான வீட்டில் பீடி பற்றவைக்கும்போது...
நினைவுக்கு வருவதெல்லாம்
சொல்லத் தகாதவை
சாம்பலேந்த ஒரு சிற்ப கிண்ணம்
சாய ஒரு நாற்காலி"

என்று விச்சிராந்தியாக முடிந்திருக்கும் இந்தக் கவிதை மனித சாரங்களுக்கும் இருப்பிற்கும் நிகழும் காலகால தத்துவப் போக்கினில் விளையும் நிகழ் தகவுகள்தான். அதை தன் இருப்பின் கடந்து வந்த பாதையாகத் தான் பாரிசாகரன் நிறைவேற்றிக் கொள்கிறார். இன்றைய நெரிசலுக்குள்ளே இந்தப் புத்தகம் தனியாக ஒரு கவனத்தை ஈர்க்கும் என்று நம்புகிறேன். அவருக்கு வாழ்த்துக்கள்.

யவனிகா ஸ்ரீராம்
சின்னாளப்பட்டி
05—10—2023

1

இசையின் வேதியியல் என்பது
கண்கள் குருடாகிய காற்று

பிறழ்வு கடத்தும் சமன் என்பதில்
சாத்தியங்களின் முடிவிலியில்
அதிரூபங்கள் நீந்துகின்றன

படைத்துக்கொள்ளும்படியாக
விழுகையடைந்தவர்களுக்குத்
தீராத காலங்களில் கள்ளூறுகிறது.

2

கதைத்துவம் உதிர்ந்த புத்தரின்
பகலுறக்கக் கனவின் கருக்கலைதலின்போதான
மறுகணிதப் புலனுக்கு

என்ன என்கிற பெயராலான வாசல்

உன் கற்பனைதான் அதில் உன்
துல்லியம் மட்டுமே துல்லியமில்லை

என் பரிச்சயம்தான் அதில்.

3

கனலிச்செய்யும் மறதிமிகும் சாஸ்வத விந்தைகள்
கொடிதொழும் விநோத மாறுபாட்டால்
ஊசிப்போய்விட்டது
காரணாதி காரணங்களற்ற வைப்புக் காலங்களே

முதிரி உந்தம் துவராடை மினுங்கி தொனிப்ப
எத்துவராளி சிரத்தைரஞ்சனி

அல்லோம் அஞ்சோம் பழங்கள் சோர

மனஸ் தர்சிக்கும் வேட்டுவ கால அபோதத்திலிருந்து
மொழியின் பனிவாள் மோனத்தைக்
குறுக்குவெட்டும்வரை

ருதுக்களின் விளைச்சல்களில் முதல்பங்கு
கற்களூரசும் அக்னியின் தம்மத்தில் தேன் கலந்த
ஊன்சோறு.

4

அசர் என்பதன் இருபதமும் நெகிழப்பட்ட
திருக்கெனும் குடுவையில் முட்டைகள்
இதழாடும் காலந்தொட்டே உனதன்பின்
தனிச்சடையில் குழைகிறது காயம்
இருமை எதிர் இருமைக்கு நெட்டிச்சென்று
பேழையில் பூட்டித் தாழடைக்க
அங்கிங்கெனாத வலிகளைக் கலைத்து
தடவல்கள் வருடல்கள் கொஞ்சல்கள்
காலத்தை முறுக்கி அலைக்கழித்துக் கிடத்தியென்ன
தோற்றத்தை இகழ்ந்துதான் என்ன
முருங்கைக் கம்பளிப் பூச்சியின் வாடைவீசும்
நின் தேகத்தில்
எல்லா தேவியரும் எல்லா அகிலங்களும்.

5

லஹரி அருட்பிக்கும் தொன்மமான
மஞ்சள் பூக்களில்
மோனத்தைப் பழக்கிய திசையேறி
நாசியை எரிக்கும் ஒளிப் பாற்கடல்
அறை மஞ்சரி உழைப்பற்ற சத்துவம்

நீதி பாராமுகத்தை இலச்சினையாக்குகிறது
அறியாமை வன்மத்தின் கரங்களில் தவழ்கிறது

வியத்தல்கள் பொய்த்துப்போன நோய்மைகளின்
பிறழ்வில் சட்டுவ உந்தம் தேக்கி
சித்தெறும்புக்கும் வாய்த்த தகுதி துறப்பு

பிரபஞ்ச அமிழ்தத்தின் கூர்முனை கோருவது
நானெனும் கூட்டுசராசரியின் நெகிழிக் குப்பையை.

6

செம்பழுப்பு இலையாடையால்
குறிபொத்தியிருக்கிறேன்

நான்காம் நூற்றாண்டு இசைக்கருவிகள்
ஊற்றுக்களைத் தூர்க்கின்றன

மலின விகடங்களுக்கு சாந்தி தரும்
அதிதேவதைகளின் துருநாற்றம்

கொல்லைத்துரவு குப்பைக்குழியென
பாவிக்கப்படுவதில்
வெண்புரவிக்கென்ன

அது கடற்கரையில் ஓடட்டும் ஸ்மிதா சில்க்.

7

மாயூர தாம்பூலத் திருநாக்கு தித்திக்கும்
நல்ல காட்டெருது

சொல்லெனும் பேட்டை வெல்லத்தை
வீட்டுச் சாராயத்தை ஒரு புத்தகத்தைத்
தொலைத்துவிட்டேன்

தணிக புலவ
நிகழ நிகழ தகவு.

8

அரூபத்தின் பவிசாகிய குறளியின்
தீர்மானத் தோடுகள்
மர்மமெனும் கணிதவிசையில்
கழன்றுகொண்டேயிருக்கும்
காலத்தின் திகைப்பில்
நோவதென் சாகசம் நிதானிப்பதென் மைதுனம்

பாடுகள் ஜீவிதக் கனிகளாகி
உதிரும் சோலையிலோர் அருந்தவ நிழல்
அகத்தின் நுனியாகிய மொழி.

9

நீர்த்துவிட்டாய்
அடர் மஞ்சள் அடர் இருள்
அடர் அமிலம் அடர் புகை
அடர் காடு அடர் அரக்கு
இவை யாவற்றிலும் உன்
கருணை நீர்த்துவிட்டது.

10

ஸ்பஷ்டம் ஸ்பஷ்டம்
பேரவல கருப்பு நகைச்சுவை

சர்வ வல்ல பாட்டையில்
ஆறு சக்கரங்கள் அலமருள
வேண்டாத வேளையில் தட்டியெழுப்பும்
தவிடு தின்னும் சாகசத்தை
மதுவால் அமர்த்தி எதிர்ச் சமன்பாடு சமைத்து

தேர்ந்த பாத்திரம் களிம்பேற
மாற்றி வனையும் கோட்டிக் குயவனை
காலத்தால் வரும் வியாதியென
பளிங்கு ப்ரபஞ்சம் பளிங்கித் துலங்குகிறது.

11

உன் ஆணவத்தின் அருட்போர்வையை போர்த்தி
திருமேனியை மறைத்துக்கொள்

பாழில் கசியும் என்
கனவுகளுக்கென்ன

உன் ஆதுரத்தின் அருட்போர்வையை விரித்து
என் திருமேனியை நீயெப்படி போர்த்த வரலாம்?!

உலக சிநேகங்களை உரிக்கும் உன்
சருகுகளுக்கென்ன.

12

எவரின் எடுத்தியம்புதல்களையும்
மொட்டைத் தரிசாக்கி
பாழ் நோக்கி வீழ்ந்த மொழியாளர்கள்
நிறைய உண்டு

நிறைய வாழ்த்தொலிகளை
அவர்கள் அகற்றத் திரும்பினார்கள்

திரும்புதல்களின் எல்கைக்கோடுகள்
விரிய விரிய.

13

சொற்களின் தசையின் பிரியாணியும்
சொற்களின் ஆன்மாவும்

சிலவினங்களின் சிறையிருப்பில்
நாட்டி வைக்கப்பட்ட கொடுங்கனவுகள்
அநர்த்த நிசிகளைப் பூத்துத் தருகின்றன

முன்மொழியப்பட்டபின் பால்ய துவர்ப்புக்குக்கூட
கடைந்தெடுக்கப்பட்ட வினையாடல்கள்
தெரிந்துவிடும்.

14

இருப்பெனும் தித்திப்பை
மாற்றி எழுதும்படியான காரணங்களற்ற
அவஸ்தையின் வேளையில்
அதிதியின் வருகையொன்று
நிகழ்ந்துவிடாதா

செய்கைகள் ஒழிந்த செய்க வினை
வருத்தும் மூடுண்ட அவசியங்கள்
தறிப்புண்டு போகாதா

செல்லுபடியாவதொன்று மட்டுமே
தலையாலங்கானத்து ரிஷப கிருதிகளை

வீணில் வழங்க உழற்றவைக்கிறது
தருக்குத் தட்டழிகிறது.

15

திராவகச் சிந்து படிக்கும்
பின்மதியங்களின் அச்சில்
மறுரூபமாகும்
மறதி அடங்காரி நீ.

16

கைநெகிழ்ந்த பரவசப் பாடுகளை
விளிம்பு சிந்திய பானங்களை

துய்க்க ஏதுமற்ற வறள் ஆகாயத்தை
கனவு காணும் கோட்டித்துவம்

சொல்லும்முன் உணர்வின் வாசனை வீசிவிடுகிறது

அங்கலாய்க்கிறது ஆலாபிக்கிறது முறையிடுகிறது
குலாவுகிறது ஒற்றியெடுத்த புறா.

17

நீலகிரியின் இளவெயிலுக்கு
இசை ஊதா நிறம்

வாலிப ப்ராயத்தின் ஒரு ஷண
செம்மறித் துள்ளலுக்கு
கனவின் கருவூலங்களை திறந்துவைத்திருப்பேன்

பழையதொன்றின் த்ருப்திபெற்று கனிந்த
முதிர்கன்னியே..
வெற்றிலைச் செல்லம் பாரிக்கும்
பெருந்தனச் சிவப்பே..

நூலிழைக்கானத் தருணத்துக்காக
அகிலமெங்கும் அடர்நெசவு செய்து வாழ்கிறோம்.

18

புனை
பனங்குருத்தின் வறள் சோற்றை

ஸ்வர ஆர்கன்கள் முன்னெடுக்கும்
நெடுங்கோடையைச்
சந்தேகிப்பது உன்
ஐக்கியத்தின் திராணிக்கேற்ற கூர்மம்

ரகஸ்ய சித் கும்ப குடம்

ஊளை பெருத்த அம்ச த்வனியில்
நீந்துகிறது மச்சம்.

19

அம்பிகாபதியாகிய நான்
அடக்க ஸ்தலத்தின் கோபுரத்தில்
ஒற்றைக் கண்ணுடைய புறாவாக
சாபங்களைக் கொத்திக்கொண்டிருக்கிறேன்

ரோமியோவாகிய நான்
போகர் அருளிய பச்சிலையின்
காரமாயிருக்கிறேன்

தேவதாஸாகிய நான்
பாலையின் பாடுபொருளில் உள்ளுறையும்
துர்கந்தமாயிருக்கிறேன்.

சலீமாகிய நானோ
சாகரத்தை வற்றச் செய்யும்பொருட்டு
துயரப் பரிமள சீலைப்பேன் பரிதிகளை
பால்வீதியில் நிர்மாணித்து நிறைக்கிறேன்.

20

ஸ்தாபிதம்

உஞ்சவிருத்தி விலாஸ்

கடிவாளத்துக்கு
முன் காலம் என்கிற கேரட்

ரேழியில்
சலித்து கைவிடப்பட்ட அல்மெரா

மனோன்மணியின் முத்த ஞாபகம்
மழைக்கோட்டு.

21

கடல்பாசியின் பழமை வாய்ந்த
குரோதங்கள்
கடல்பாசியின் பழமை வாய்ந்த
இரத்தம்
தொன்மையானது தொன்றுதொட்டு
வரும் முதிரா காமம்
தொன்மையானவை சவுக்கடிகள்
துருவேறிய கபடத்தையெடுத்து
நண்பனின் முதுகில் சொருகுபவன்
அக்மார்க் கவிஞன்.

22

உன்னிருப்பின் அரவணைப்புகளும்
உன்னிருப்பின்பாற்பட்ட அரோசிப்புகளும்
உச்சிப்பொழுதின் விகாசமாக, ஆமையின்
ஒடுக்கமுமாக
மலையைப் போர்த்தியிருக்கும் சூடான ஜென் னிடம்
நிழலின் அருகாமைக்குச் சொல்கிறேன்

மாமத பர்வதத்துக்குப் பின்னால்
கூம்பான பாறை எட்டிப்பார்க்கிறது.

23

துலங்க நெட்டிமுறித்து செவிதிறம்பாமல்
ஒலிபெருக்கிகளின் பரவச பாடுகள்
உருவழிந்துபோகின்றன

வைத்ததன் கணிப்பிலிருந்த அலக்ஷியம்
எடுத்த ஷ்ரமத்தில் தொனித்த அலக்ஷியம்

அகச்சேறு வேளாண் வலு நசிய

நெட்டுக்குத்திலும் நெடுஞ்சாண்கிடையிலும்
அரதி பூசின பூரிப்பு

வியப்பதை குறைத்துக்கொண்டவைகளுடைய
மிதங்களின் அபரி தவிட்டுச் சுவையாயிருக்கிறது.

24

மலினங்களைப் பூசிக்கொண்டிருக்கிற சொர்க்கத்துக்கு
கண்களின் இச்சை என்கிற தரித்திரப் பெயருண்டு

ஒன்றிரெண்டு புலன்களில் உறைதலை
வழுவமைதியாய் தரிக்க நேர்ந்தவர்களை
பாராட்டிச் சேமித்துச் செல்ல
விதிக்கப்பட்டிருக்கிறேன்

பழுப்பு நிறத்தின்படியேயான வழமையை
வழியில்லாமல் கையேந்திக்கொள்கிறேன்.

25

மந்த்ர சாயலிலுள்ள அவள் நினைவை
அமைதியின் ரேகைகளைக் கலக்கும்
புறாவைப்போல் பார்க்கிறது ப்ரபஞ்சம்

எள்ளளவில் மின்தூண்டல் தாகிக்கும்
தென்புற திசைகள் தாபரிக்கின்றன

கனிந்த கணிதப்புதிரின் உறக்க வைபவ
மேக மேடைபோல்
நீண்டு அமைந்திருக்கிறது நேரம்.

26

வார்த்தைகள் எலும்பு மஜ்ஜையில்
குருதி சுரப்பிக்கும் ஊற்றுகள்

நாமதற்கு அதிக விலை
தந்தும் பெற்றோமில்லை

நமக்கென்று ஒரு அவசரத்தில் பதறும்
ஓநாயுண்டு

நாம் முட்காடு.

27

ஹார்மோனில் செஸ் விளையாடும்
ம்யூஸிக் நோட்டுக்கு நான் இட்ட பெயர் யுகம்

இதற்குமேலும் மொழியைத்
துன்புறுத்த விருப்பமில்லை.

28

சில கங்குகள்

கறுத்துக்கிடக்கும் மொழியுருக்கள்

தீன தயாபர சில்லரைக் காசுகள்

செக்கச்சிவந்து வெண்மைபாரிக்கும்
வெட்டி உழவுகளை வெறிக்கின்றன.

29

கூம்பு வடிவிலான அந்தி
இரவுக்கான மாயம் சமைக்கிறது

இந்தக் குளிரில் என்
உடைமைகளாகிய கந்தல்கள்மீது
லோபமாகவிருக்கிறேன்

அரூப நதியில் ஊசித் தட்டான் நீந்திப் பறக்கும்
தியான கதியிலான மௌனக்கூர்

மொழிவதன் அங்கதம்.

30

முற்பகல்களின் ஆராதனைக்கு நேரிடும்
பணமெனும் இரும்புச் சங்கிலிபோல்
விநயம் கெட்டித்த நெஞ்சக்கூடு

புரவிகள் சிதறிப் பறக்கும் கனவின்
ஆழத்துக்கு வா.

31

தொலைவில் திரிகின்ற சொற்கள்
நெருங்கிச் சேரும் எதிர்பாராமையே
இடைவெளியின் மது குறித்த
ஐயங்களின் புதிய ஏற்பாட்டை எழுதிச் செல்கிறது.

எம்மிடப் பெயர்களின் திணைப்பெயர்ச்சியானது
ஒன்றேபோன்றதிந்த அகிலத்தின் அவலமென
தினசரிகளின் வாடையில் சலிப்புதருகிறது.

32

பருவமதைச் சொல்
கனவுகளுக்கு ஆகமங்களை வீசிவிடுகிறேன்

த்ரூபமான இசை மடுத்து
கலத்தல்களை வில்லைகளாக பாவிக்கும்
குறிஞ்சியும் நானும் அறியும் வேளைகளை
சாக்குத் தைக்கும் கோணி ஊசியோடு நெருங்காதே.

33

நாமப்போது பிரதிகளின் கொழுப்பில்
நலிவுற்ற வார்த்தைகளாகச் சேகரமாகியிருந்தோம்

முயற்சி அற்பத் திருவினையாக்கி
இழுத்துவந்துவிட்டது.

34

சுத்தமான வீட்டில் பீடி பற்றவைக்கும்போது...

நினைவுக்கு வருவதெல்லாம்
சொல்லத் தகாதவை

சாம்பலேந்த ஒரு சிறப கிண்ணம்
சாய ஒரு நாற்காலி.

35

மணிக்குதிரைகள் மிரளும்
முத்துப்பந்தலோடு
வெயிலை வெறிச்சோட்டும் திருச் சகி

காயா வனங்களின் தன்பேறறுத்த
மரகத வடிவை
பேசி விரட்டி பேசி விரட்டி
ஆபரணத்தின் ஆன்மாவில்
சடையும் வகுளத்தை
கோணலான மலினத்தில்
பார்த்துக் களைத்தேன்

பற்றிப்படர மனநோய்மையில்லை
சகலமும் ஆரோக்யத்தால் சபிக்கப்பட்டிருக்கின்றன.

36

இந்த இரவின் ஜென்
கோழிபோலக் குன்னுகிறது

மணித்தியாலம் அனல்குஞ்சு பொறிக்கிறது

இரவென்பதன் சீத முரண்
இரண்டரைக் கண்களுடையதாய்
நொடிக்கு நொடி பிறழ்கிறது.

37

உத்திகளின் நகத்து வெள்ளைப் பூக்கள்
தவனங்களின் மெல்லிய மார்க்கச்சை
கவனப்பிறழ்வான காரத் தொற்று
ஆரஞ்சு நிறத்தின் மையல் ரஸம்
சாடித் தாவி எகிறும் நிதானம்
கரவு போன்ற பல்லியின் உடற்குழைவுகள்
நூலிழைப் பூத்து திசையிருண்டப் புன்னகை
மனன பணக்கணக்கின் துரிதத் திறவுகோல்
சலித்துக் குந்தி பாரமாகிய மாதங்கள்
வேறொரு நம்பிக்கை
இப்போதென்னும் திருட்டு ஒப்பம்.

38

கடினமானது வைராக்ய ஒழுங்கின் முகம்
மென்மையானது பிடரி
துரவுபோன்றது இருதயம்
நடந்து சலித்தனவான வெடிப்புற்ற பாதங்கள்

அன்பு பழுதுபடும் ஆலைகளுக்கு ஓரத்தில்
சடுதியில் தோற்றங்கொள்ளாத வீடு.

39

பின்மதியத்தின் நிழல்களில் நனைந்து
ஒலிப்பதிவுக் கூடத்திற்கு வந்திருந்தார்

காதோரங்களில் நரை பாந்தமான மூக்குக் கண்ணாடி

ஜென்ம ஜென்மங்களுக்குமான பாடலொன்று
பதிவாகிறது

பின்மதிய நிழல்களின் பாந்தமான ஸ்வரச் சொரூபம்

அகத்திக்கீரையின் கரும் பச்சை நிற மெட்டு
சற்றே தெற்றுப்பல்லுள்ள தேவதைகள்போன்ற
இடையிசை

அவளின் மௌனத்தில் துவங்கி அவளது
மௌனத்தில் முடிகிறதான பாடல்.

40

ப்ருந்தாவனமும் மலைச்சரிவும்

லிமிட்டெட் சபையின் மங்கலச்சொட்டு
செவியில் இனிப்புச் சீடையைப் புகட்டிவிடுகிறது

ஒளி நிர்ணயங்கள் சோகையாக

முடியும் உடையும்

தாமச இழைகளை மெல்லப் பொருத்தி
அசைத்ததைப்போல்
உறங்கிவழிந்து ஒலிக்கின்றன வயலின்கள்

மேற்கின் குறிப்புகளில் அமைந்த ஒரு ஏக்கரா
காந்தத்தையும்
காலங்களின் அமைதிக்கு விட்டுவைக்கவில்லை
தேவன்

வில்லிலிருந்து புறப்படுவதுபோல புறப்படுகிறது
அரூபம்.

41

அரூப த்ரேகவெழில் உபாசனையிலா
மொழிக் கதவம் திறந்தது
மாயத்தின் சூன்ய நிழலிலா
பூத்தவள் ப்ரிய மலர்
சாபல்யமடையாத நிராசைகள்தான்
எங்களுக்கிடையேயான சரடா
குமையும் இரு ஆன்மக் கரைகளை
இணைப்பதுதான் தன்னழிவின் பாலமா
துவளவைக்கும் நீரலைக் குமிழ்களின்
நெருஞ்சித்திட்டா அவள் வருத்தம்
புள்ளியாய் சென்று மறையுமளவுக்கு
எங்களுக்குள் தொலைவில்லையா.

42

பொழுதொரு வண்ணமுமாக நேர்வருகிறது
எதிர்விசை

நாளொரு மேனியுமாக
அணையா விளக்கு திமிறுகிறது சுடரில்

சிதறுகின்றன அலையில் தவிப்புகள்
தாழப் பறக்கும் குதிரைகள்
செந்தாழைத் தோட்டத்தை நோக்கமின்றியா
கடக்கின்றன
சிறு சாலைகளின் திருப்பங்களுக்கும்
சில கட்டிடங்களுக்கும் இதோ கனவின்
வானிலை

ஒரு கனவின் வானிலைக்கு என்ன
பதில் வைத்திருக்கிறாய்.

43

மென்னடைவுகளில் ரீங்கார ஸ்திதி தேடும்
மனோமயக்கங்களின் கர்ப்ப ஸ்த்ரீ நிகழ்

தூசுகளின் ப்ரபை துக்கிக்கும் பின்காலனிய தும்பி
சகதிக்குள் வாழ்வதுபோலவே உணரும் ஜனஞாயிறு.

44

சொல் எனப்படுவது பழுப்பு நிற
வேலிப் படலாகவோ தவிட்டு நிற
நுணாமரக் கிளையாகவோ காலை இளவெயிலின்
கதகதப்பாகவோ
தோற்றந் தருகிறது

நாவற்பழத்தின் சுவையிலொரு நீலச்சொல்
முத்தக் கிறுக்கின் வேட்கையிலொரு அம்பலச் சொல்
கற்றாழைத் தாளின் கனத்திலொரு விரதச் சொல்

சொல் அல்லது செய்து மடி

சொல்லச் சொல்லத் தவிப்புப் பெருகித்தானே
உலகம் வளர்ந்தது.

45

செவித்துளை அனல் வேண்டின்
நரம்புகள் பொரிக்கும் முட்டைகளுக்கு
மனமே மயிலிறகாகு

விசாலமான விதானமுடைய கூடாரத்தில்
நல்ல ஞாபக வாசனைகள் வந்துசெல்கின்றன

வேரின் கிளைகள் நழுவ யத்தனிப்பதைப்போன்ற
தியான மும்முரத்தை அகம் அவதானிக்கிறது.

46

பாகை சாய்ந்த சுழல்வட்டத்தில்
பொழுதின் தோரணை
ஒரே நாணய ஒரே கலாச்சார ஒற்றையதிகாரத்துக்
கேடுகளின் மும்முரமாயிருக்கிறது

திரைமறைந்து நிதியங்கள் ஆக்கினை தபஸ்
செயத்தீவிரிக்கும் வீழ்ச்சிகளின் மலிவுலகில்
பொழுதுகள் பொழுதுகளென பழக்கங்களின்
வழக்கத்தில்
கலைத்து விளையாடும் வெறும் கூடம் நமது.

47

ஸ்வரம் இடறி முறிந்த தனுசு
அபம் முற்றிய விளாம்பழம்
வில்வ வனத்தின் சுற்றுவேலிக்கு
உகந்த பாசுரம் றகரம் கழன்ற புலர்

அச்சு அவிழும் ஓசையிலொரு சங்கீத ப்ரேமை
ப்ரசித்தம் பெறாத வாக்கு வல்லமை.

48

புதிர் வட்டத்தின் பின்னத்தில்
இசைக் குறுந்தொகையின் மூன்றாவது சர்க்யூட்
ட்ரிப் ஆகியிருக்கிறது

ஜனனம் கடத்தும் எந்திரேந்திரிய உந்தம்
உள்ளடங்கும் நொடிக்கொரு விலை உபரியில்

கிரயம் செலுத்தாமல் சுதந்தரிக்க இயலுமா
பிழைப்பெரும் பிழையை.

49

பனியில் விளைந்த பொலிவின்
மென் முதிர் பாடல்
திருமஞ்சன வீதியின் முன் அந்தியிலிருந்து
ராஜரீகமாய் ஆள்கிறது

சுமந்து தீர்க்கும் கனவென்பது
சட்டெனப் பற்றும் உளை மண்ணோ

மறந்துபோன நிலமென்பது
கையளிக்கப்பட்ட தவிப்பின் சுக வலி உதறலோ.

50

மிதுனத்தின் கவனம் குவிந்த
பிறழ் ஓர்மைப் பொருளுக்கு

சொல்லில் பாய்ச்சல் நிகழ்த்துவதேபோல்
சொல்லில் பதுங்கியொடுங்கும் திகைப்புதான்
மலினங்களின் அன்றாடத்தைச் சலிப்பதன் அபூர்வம்

என்றெல்லாம் யாரும்

கேட்கும் திராணிக்குத் தக்கதாக.

51

மீதம் வைத்து கிரகிக்கும்
கூடுதல் ஒன்றாகிய உயிர்ப்புள்ள மனம்

கிளை பிரிந்து தனித்திலங்குவதாகிய
குடமுருட்டி ஆறு தன் மணற்பரப்பில் தேக்கிய
குறை ஒன்றாகிய துல்லிய மனம்

பகலில் சிதறிய இருளின் பரல்கள்

குறிஞ்சிக்காடு சேமிக்கும் களிறுகளின் அடங்கிய
சினத்தை ஊடுறுவும் தாரைகள் என்
புரிதல்களாகிய தவளைச் சினைகள்

நாணல் புதரை விழுங்க யத்தனிக்கும்
மழைப்புகையும் அன்றாடங்களின் களிம்பேறிய
என் தர்க்கங்களின் பெண்டுலமும்.

52

துய்ய நல் திருவினனாக

நீற்றுப்பொடியின் வெண் தகிற்பம் துலங்கிட
ஒளிமேவு வல் கிரியைகளின் தெருமாடம்

சுர பெரும் சித் கைங்கர்யம் உபாசித்து கடத்தும்
தன்னேகும் சித்திர வீதியில்

உண்டோ சொல் உண்டோ சொல்
கிரிகள் வியனுறும் நிமித்தத் தகவுகள்.

53

கண்டெடுக்கப்படாதத் தவிப்பின் வேர்
அரூபப் புலனென்று ரேகையின் மச்சங்கள்
சுவைக்கும் சலனப் புண்
நீரதன் சதுரம் நெளிந்து இயல்பாகும்
நீலமும் கருப்பும் கலந்து புள்ளிகள் தரிக்கும்
எண்ணில் அடங்காத மனசு

இடைப்படும் கிரியைகளின் துவக்கங்கள்
பெரும்பாலும் அழகானவை

கவிதையின் இசைக்கு உள்ளுணர்வையே
நம்பியிருக்கிறேன்.

54

தோன்றாத் துணையெனத் தொடரும்
சலனங்களை
உற்பவ கால மௌனத்தால்
துடைத்தெறிந்து
நகையினும் மெல்லிய தீட்சண்யத்தால்
இறுக மூடிக்கொள்.

55

நினைவை வழிபடும்போது
கடவுளை அழைத்துக்கொள்கிறேன்

மறந்தால் மழைபொழிகிறது
வேண்டிக்கொள்ளாவிட்டால் தென்றல் வீசுகிறது.

56

குங்குமத்தின் நெடியைப்போல் குழம்பிய
நினைவு
சர்வ மங்கள கௌரி தோழி பாரதி
நானொரு அர்ச்சனைப் பொருட்கள் விற்கும்
கடையாய் இருந்துவிட்டுப் போகிறேனே
உன் மாட வீதியில்.

57

வழுமையை மொய்க்கும் கிலேசங்களின் ஈசல்கள்
பார்க்கத்தான் ருசியற்ற தொடர்கண்ணிகளில்
இங்கிதமாகக்கூட முகம் அசைக்காமல்
சடுதியில் மூடிக்கொள்கிறது சௌக்யம்

இப்பொழுதென் கிறுக்கு வௌவால்
அதி பாழ்களை முட்டிச்சாடுகிறது.

58

தீன தயாளனாகிய கலைஞன்
வாழ்வின் அத்துனை நிஷ்டூரங்களையும்
நிகழ்த்திக் களிக்கும் தூல மேடையில்
ஒப்புரவில்லாத ஊழிக்கூத்து

அவஸ்யங்களின் தாழ்வாரத்தில்
சங்கேத நுண் நூற்கள்

மித்த மித்த அலங்காரங்கள்
ஆகுதி செய்யும் யாகங்களில்
பிம்பம் ஆள்கிறது வாரிச்சுருட்டி.

59

உட்திறம்பாமையின் மணிப்ரவாளத்தில்
தோற்று விழுந்த துறவியின் ஆலோலம்

வனங்களை கிறுக்குபிடிக்க வைத்து விடுகிறது
லட்சியம் தொலைதல்

சூன்யத்தின் சூல்கள் ஊமைக் காற்றில்
உதிர உதிர
ஸ்வரங்கள் ஆவியில் பெலங்குன்றுகின்றன.

60

ஒரே சுருதியில் முன்னும்பெரிய
அலகிலாததனை அடுத்து
அதே ச்ருதியில் கொண்டாடுதலின்
விசாரணைகள்

ஷட்ஜமம் பிசகாத வியப்புடனே கூடிய
நிறுத்தற்கேள்வி

மங்களங்கள் பால்வெளியில் உதறுகின்றன.

61

கருமத்தின் ததாதகச் சேற்றில்
லூசிபர் கல்லெறிகிறான்

தெளிவற்ற அவத்தை சாம்ராஜ்யத்துள்

காதலுக்கான ஒப்புகைச் சீட்டுகள்
நிலமெங்கும் இறைந்துகிடக்கின்றன.

62

தீநுண்மியின் சம்ஹாரத் தேர்
வந்தவர் கடவுள்தானா

உள்ளங்கை தாங்கும் லகுவான எடையுள்ள
ஆரலைப் புள்

தேடுதலின் மும்முரம் அலையலையாய்
நொம்பலம் என்பது திருத்தமான பதில்.

63

வட்டத்தை வரைந்து பார்த்தேன்
நட்சத்திரத்தையும்

போதங்களின் உருவக நிழல்

யோசனைகளின் புராதன ஒயினுக்கு
பவித்ரோற்பவ முறி.

64

சொற்கள் நெளியும்
புறநகரின் வெயில் பாலை

காய்ந்த புதர்களின் மேல்தொட்டு
அதப் புழுதி

தீனத்தில் ஊளையிடும் நாய்
த்ருஷ்டாந்தமாய் பறந்து மறைகிறது
கழுகு.

65

எழும்புதல்களின் தூத அசைவுகளில்
இச்சாவாகிய கள் கிளர்த்தும்
அருவ கணிதத்தின்
பறத்தலின் கொண்டாட்ட சமன்பாடுகள்

நீதத் துருவகற்றும்
இரைச்சல்களை ஒப்புவித்த பொழுதில்
கடப்பாடுகளின் ரேகைகள் மறைய

வியந்திலம் என்பதன் ஊழ் பிசக
சாத்தியங்களின் எதிர் அறிவியல் தேவி நீ.

66

முதல் விதானங்களில் ப்ரவகிக்கும் பாழ்

முதல் விதானங்களில் வீற்றிருக்கும்
துர் நேசம்

முதல் விதானங்களில் ஆக்ரமிக்கும்
நித்ய அநித்ய வெறி

முதல் விதானங்களின் சர்வ லக்ஷண

முதல் விதானத்தில் நின்று கேட்கலாம்
பக்கத்து வீதியின் திருமண மண்டப இசையை.

67

நீங்கள் இசைவளித்த ஓய்வுகளின்
புரதம்தான் நான்
உங்கள் க்ளைமேட்டுக்கு பழகிக்கொண்ட
சருமம்தான் என்னுடையது
ஒவ்வாமை தந்து குணமாக்குவதும்
உங்கள் கவனிப்புகள்தானே
எனக்கென்று நான் யார்
சகலமும் அர்ப்பணம் செய்யப்பட்ட
போனஸ் பெற்றுக்கொள்கிற திருப்தியுறாத
கலக அமீபாதானே
உங்களதெனப்படும் நானாகிய இலக்கம்.

68

கனைப்பின் தடத்தில் ஜீவனின் புரட்டு
தரிசனமாக
கனவு நதியே விலக்கம் நுரை

அகவலிலிருந்து மனதைத் தாழ்த்தி முடைந்து
கோரைக் கம்பளம் எழும்பி மிதக்கிறது

கீர்த்தனமென்று பெயர் நாட்டி அமைதல் தவிக்கிறது.

69

பிரிவினைகளுக்கேற்ற இடமல்ல
இணைந்தேயிராத இருதிறத்தாரின்
ரசனைகள் மட்டுமே
சண்டைகளுக்கேற்ற பொழுதல்ல
புறமுதுகுகளுக்கிடையேயான உறைந்த
காலம் மட்டுமே
கூக்குரலுக்கேற்ற சபையல்ல
முக்காடிட்டு முணுமுணுக்கும் அந்தரவெளி
மட்டுமே
பொறாமைக்கேற்ற நெஞ்சல்ல
தன்னைத்தான் மென்றழியும்
மகிழ்வெறியின் சூன்யம் மட்டுமே.

70

அந்திக்கருக்கலின் அனல் பாரிக்கும்
கேலக்சியில் சேதி கிழித்த முப்பரிமாண
தினங்கள்

ககன கிறுக்கில் தலைவணங்கும்
பசுந்தாள்களின்
வேர்த்திசு சூக்ஷம
இன்னோரன்ன தடையரண் நாட்டும்
வெள்ளிக்கொப்பான
அலகிசை திகதிகள்

வெயில்மிசை அழிகின்றன சாரல் பற்றிய
குளிர்க்கொழுப்புகள்

ஆளோட்டிகளது துன்ப விசாரணைகளின்
காசறு கர்மம்
நொதித்து நுரையேறிய குழப்பக்
கதுப்புகளின் அணுக்க நாட்கள்.

71

தேய்தல் வளர்தலற்ற திரவநித்ய
த்ருஷ்டாந்த ருதுவின்
சித்திர இருப்பைச் சுழித்தது சித்தம்
ப்ரக்ஞா சக்கரங்களை மாய ஆழத்தில்
அமிழ்த்தி
விரக்தியைத் தூபமிடுகிறது எள்ளற்கரிய
சாவதானம்
காட்சிகளின் வழமைப் புலனில் குறுக்கிட்டு
சீழ்மை தரிக்கின்றன தச்சு சட்டகங்கள்
மனதில் நகரும் ப்ரம்ம வாயு தழைகளை
நெட்டுகிறது
அகிலம் சமைந்து வியர்த்தமான
வியர்த்தத்தில்
அசைகின்றன ஊழ்களின் அணுக்கள்
தேசங்களற்ற இசைக்கோர்வை மெல்லத்
தணிகிறது மௌனப் பெருவெடிப்பில்
வேர்களற்றவையின் அகராதி எழும்புகிறது.

72

லாகிரி தோடுகள் அனிச்சைகளால்
அவிழும் காலமட்டும்
பூக்கள் பூத்து வனத்தை நிரப்புக வசந்த ருதுவே

கொடுமையும் கோராமையுமான நிலவின்
கீழ்
பைத்தியப் புண்ணைச் சுரண்டுகிறது லிபி

அறுந்த நாண்களின் சீவகப் பொட்டில்
இசை வலித்து கசிந்து நழுவுகிறது.

73

ஆகான்மியத்தின் தறுதலை மனோரதம்
நுகம் மாறாத கற்பித உப்புசங்கள்
வழுவும் நுண்மி க்ரஹண சிரேஷ்ட
சாட்டல்கள்
அம்புலி அமர்த்தி வகிடு பிரிக்கும்
நீர்த்தாவர நடுங்குறு நெஞ்சே
தாழமர் தாத்பர்ய வெட்டப் பளிங்கே
தூப ஒப்புகை சீட்டே
நிர்க்கதி கனலாத வேங்கை மண்டல
ஸ்பர்ஷ விடாய் கரவு மூண்ட அன்பிய
சதிர் மானுஷ.

74

அடர் நிறங்களின் ஆகுதி
கண்களின் சோபை மிளிர்த்த
ரசங்களின் கண்ணாடி குவளை மலர்

அபி என்பதன் துடி
மோனத்தின் வர்ண சீசா

மயக்குறல்களின் வெளிவாங்கும் ஆகமம்
நின் ஸ்தாபிதம்

தூதர்புறத்தின் மந்தகாச மென்தடிமம்.

75

இருப்பில் பூர்ணிமை தகதகத்து
ஓடியதுபோலொரு
பாவனையொழியும் நாள்
செவித்தாள்களில் தித்திக்கும் சித்த அருபத
தந்தி
அருவ கோஷங்களின் மெஸ்மெரிச
கிளர்த்தல்களில்

இந்திரிய கலகச் சுனைகள்
பேரிசை சால்வைகளொத்த
வெளிவிமர்சைகள் குவியக்குவிய

உப்பாலானதன் அவலத்தின் உறையில்
அன்பின் திருகு கத்தி
அன்னபிற பன்மைகளின் தோடுகளேறிய
செவிகளின் வரிகள்.

76

அந்தியின் சிலம்பை உடைத்து
கருணைப் பரல்கள்தான்
உள்ளிருப்பவையென்று
நிறுவவேண்டியிருக்கிறது
கற்றவை பெற்றவையனைத்து முன்பும்
வணிக வீதியில் நின்று சுயத்தை
ஒழுங்கிழிவு செய்தாக வேண்டியதும்தான்
உன் நிரல் என்பது எனதான்மாவின
நசிந்த நிலையென்பதை
கண்களின் எரிச்சலோடு குளிரக்குளிர
துய்க்கவேண்டிய நிர்ப்பந்த மனுஷம் எனக்கு.

77

பித்த இருளில் உருளும்
சிறுகல்லுக்கு
நூதன அல்லி மலரும் குளமே ம்ருது தேனடர்த்தி
அமைதல்

பிடித்த வெளிச்சப் புள்ளியாய் ஒன்றைத்
தேர்ந்துகொள்

சமன்குலைவின் தாழ்வாரங்களில்
நனவிலி கவிதைகளைக் கிடத்திவிட்டு
பூனைகளிடத்தில் அன்பு செலுத்து.